ÂF175180

Impressum
Verlag: BABADADA GmbH, Nedderfeld 112 , 22529 Hamburg
Geschäftsführer / Verlagsleitung: Harald Hof
Druck: Books on Demand GmbH, In de Tarpen 42, 22848 Norderstedt

Imprint
Publisher: BABADADA GmbH, Nedderfeld 112 , 22529 Hamburg, Germany
Managing Director / Publishing direction: Harald Hof
Print: Books on Demand GmbH, In de Tarpen 42, 22848 Norderstedt

colegio

trường học

aula
phòng học

dividir
chia

186/2

pizarrón
bảng viết

patio de escuela
sân trường

maestro
giáo viên

papel
giấy

escribir
viết

birome
cây bút

escritorio
bàn làm việc

regla
cây thước

libro
sách

alumno
học sinh

mochila

cặp đeo vai học sinh

caja de lápices

hộp đựng bút

lápiz

bút chì

sacapuntas

cái gọt bút chì

goma (de borrar)

cục tẩy

bloc de dibujo

tập giấy vẽ

dibujo

bản vẽ

pincel

cọ vẽ

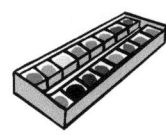

caja de pinturas

hộp mực vẽ

tijera

cây kéo

pegamento

keo dán

cuaderno de ejercicios

sách bài tập

tarea

bài tập ở nhà

número

số

sumar

cộng

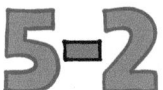

restar

trừ

multiplicar

nhân

calcular

tính toán

letra

chữ cái

abecedario

bảng chữ cái

palabra

từ

colegio - trường học

texto

văn bản

leer

đọc

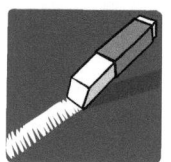

tiza

phấn viết

lección

bài học

cuaderno de clase

sổ lớp

examen

thi kiểm tra

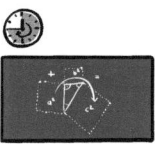

certificado

chứng chỉ

uniforme escolar

đồng phục học sinh

educación

giáo dục

enciclopedia

từ điển bách khoa

universidad

đại học

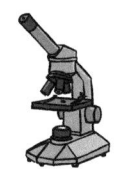

microscopio

kính hiển vi

mapa

bản đồ

tacho (de basura)

thùng rác giấy

viaje
du lịch

hotel
khách sạn
Grand
hostel
nhà trọ
ROOMS
casa de cambio
quầy đổi tiền
valija
va li
auto
xe ô tô

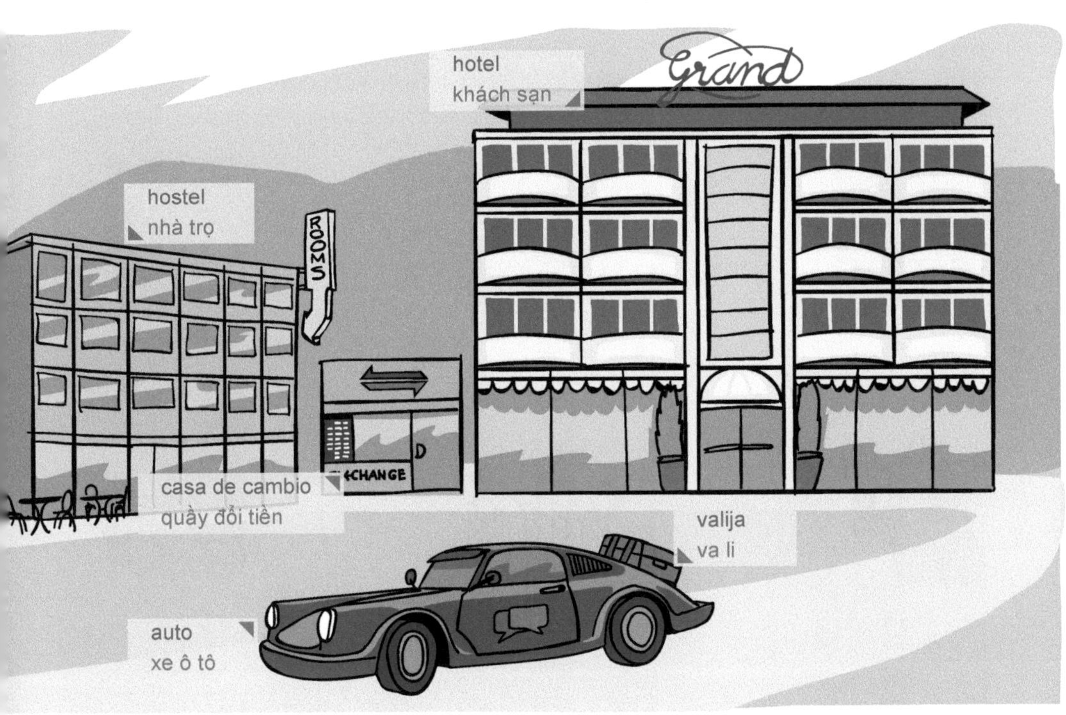

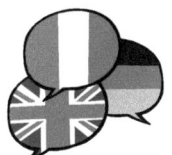

idioma

ngôn ngữ

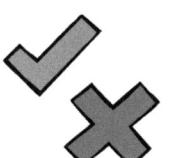

sí / no

có / không

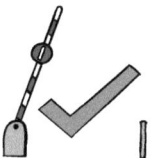

Está bien

ô kê

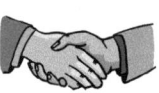

hola

Xin chào

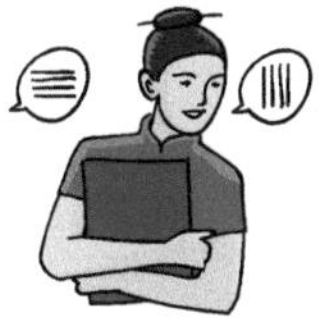

traductor

thông dịch viên

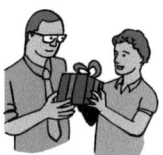

Gracias

cám ơn

¿cuánto cuesta…?

… bao nhiêu tiều?

No entiendo

tôi không hiểu

problema

vấn đề

¡Buenas tardes!

Xin chào! (buổi tối)

¡Buenos días!

xin chào! (buổi sáng)

¡Buenas noches!

chúc ngủ ngon!

adiós

tạm biệt

dirección

hướng đi

equipaje

hành lý

bolso

túi xách

mochila

túi ba lô

invitado

khách

habitación

phòng

bolsa de dormir

túi ngủ

carpa

lều

6

viaje - du lịch

información turística

thông tin du lịch

playa

bãi biển

tarjeta de crédito

thẻ tín dụng

desayuno

ăn sáng

almuerzo

ăn trưa

cena

ăn tối

pasaje

vé xe

ascensor

thang máy

sello

tem bưu điện

frontera

biên giới

aduana

hải quan

embajada

đại sứ quán

visa

thị thực

pasaporte

hộ chiếu

transporte

vận chuyển

avión
máy bay

barco
tàu thủy

autobomba
xe cứu hỏa

colectivo
xe buýt

camión
xe tải

lancha a motor
xuồng máy

bicicleta
xe đạp

auto
xe ô tô

ferry

phà

bote

xuồng

moto

xe máy

patrullero

xe cảnh sát

auto de carreras

xe đua

auto de alquiler

xe cho thuê

8   transporte - vận chuyển

alquiler de autos

dịch vụ thuê xe tự lái

grúa

xe kéo cứu hộ

camión de basura

xe rác

motor

động cơ

nafta

xăng

estación de servicio

trạm xăng

señal de tránsito

biển báo giao thông

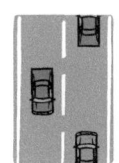

tránsito

giao thông

embotellamiento

ách tắc giao thông

estacionamiento

bãi đậu xe

estación de tren

nhà ga

vías

đường ray

tren

xe lửa

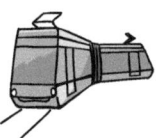

tranvía

tàu điện

vagón

toa xe

helicóptero

máy bay trực thăng

aeropuerto

sân bay

torre

tháp

pasajero

hành khách

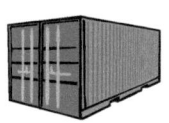

contenedor

côngtenơ

caja de cartón

thùng các-tông

carretilla

xe đẩy

canasta

cái giỏ

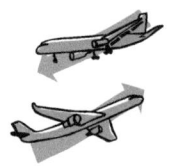

despegar / aterrizar

cất cánh / hạ cánh

ciudad
thành phố

pueblo

làng

centro de ciudad

trung tâm thành phố

casa

nhà

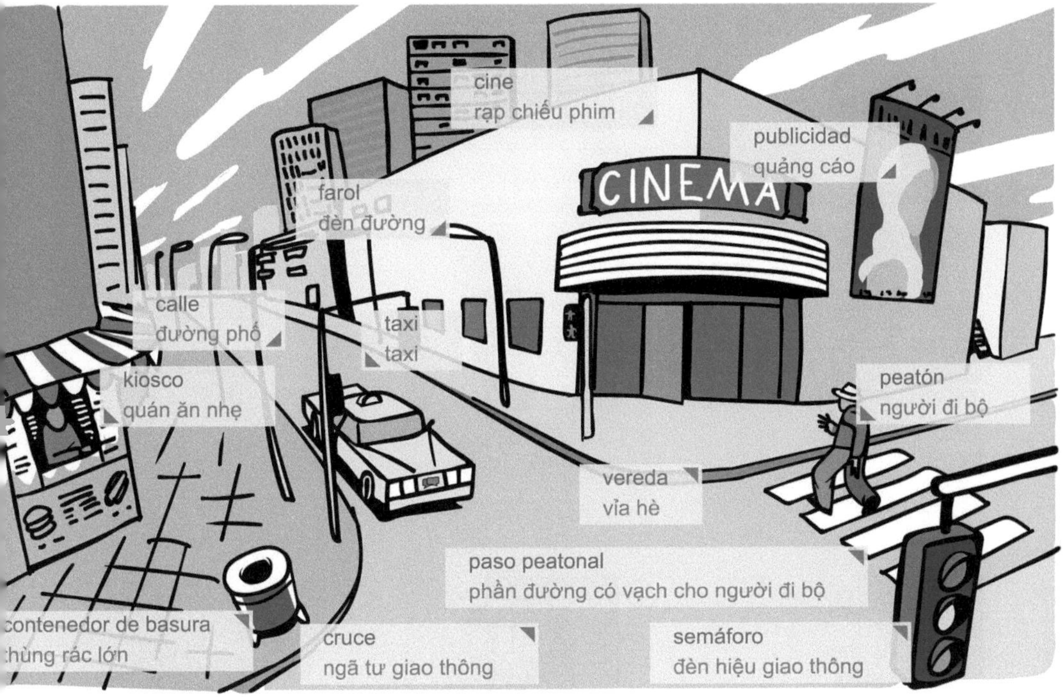

cine
rạp chiếu phim

publicidad
quảng cáo

farol
đèn đường

CINEMA

calle
đường phố

taxi
taxi

kiosco
quán ăn nhẹ

peatón
người đi bộ

vereda
vỉa hè

paso peatonal
phần đường có vạch cho người đi bộ

contenedor de basura
thùng rác lớn

cruce
ngã tư giao thông

semáforo
đèn hiệu giao thông

cabaña

nhà chòi

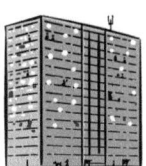

departamento

căn hộ

estación de tren

nhà ga

municipalidad

tòa thị chính

museo

viện bảo tàng

colegio

trường học

universidad

đại học

banco

ngân hàng

hospital

bệnh viện

hotel

khách sạn

farmacia

hiệu thuốc

oficina

văn phòng

librería

hiệu sách

negocio

cửa hiệu

florería

cửa hiệu bán hoa

supermercado

siêu thị

mercado

chợ

grandes tiendas

cửa hàng bách hóa

pescadería

người bán cá

centro comercial

trung tâm mua bán

puerto

bến cảng

parque

công viên

banco

ghế băng

puente

cầu

escaleras

cầu thang

subte

tàu điện ngầm

túnel

đường hầm

parada del colectivo

trạm xe buýt

bar

quán bar

restaurante

khách sạn

buzón

hòm thư công cộng

letrero

bảng hiệu đường

parquímetro

đồng hồ đậu xe

zoológico

vườn bách thú

pileta

bể bơi

mezquita

nhà thờ Hồi giáo

granja

nông trại

contaminación

ô nhiễm môi trường

cementerio

nghĩa trang

iglesia

nhà thờ

juegos infantiles

sân chơi

templo

ngôi đền

paisaje
phong cảnh

hoja
lá cây

poste indicador
bảng chỉ đường

camino
lối đi

pradera
bãi cỏ

piedra
hòn đá

árbol
cây

excursionista
người đi bộ đường dài

río
sông

hierba
cỏ

flor
bông hoa

valle

thung lũng

montaña

đồi

lago

hồ nước

bosque

rừng

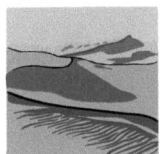

desierto

sa mạc

volcán

núi lửa

castillo

lâu đài

arco iris

cầu vồng

champiñón

nấm

palmera

cây cọ

mosquito

con muỗi

mosca

con ruồi

hormiga

con kiến

abeja

con ong

araña

con nhện

escarabajo

bọ cánh cứng

rana

con ếch

ardilla

con sóc

erizo

con nhím

liebre

con thỏ

lechuza

con cú

pájaro

con chim

cisne

thiên nga

jabalí

heo rừng

ciervo

con hươu

alce

nai sừng tấm

presa

đê

aerogenerador

tuabin gió

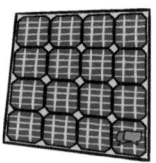

panel solar

tấm năng lượng mặt trời

clima

khí hậu

paisaje - phong cảnh

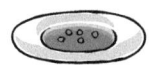

mozo
bồi bàn

menú
thực đơn

silla
ghế

sopa
súp

pizza
bánh pizza

cubiertos
bộ dao nĩa ăn

mantel
khăn trải bàn

entrada
món ăn khai vị

plato principal
món ăn chính

postre
món tráng miệng

bebidas
thức uống

comida
thức ăn

botella
cái chai

comida rápida

thức ăn nhanh

comida callejera

thức ăn đường phố

tetera

ấm trà

azucarera

hộp đường

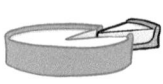

porción

khẩu phần

cafetera expreso

máy pha espresso

sillita alta

ghế cao

cuenta

hóa đơn

bandeja

khay

cuchillo

dao

tenedor

nĩa

cuchara

thìa

cucharita

thìa uống trà

servilleta

khăn ăn

vaso

cốc thủy tinh

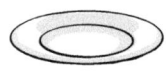

plato

đĩa

plato hondo

đĩa súp

plato

đĩa lót cốc

salsa

nước sốt

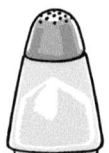

salero

lọ muối

molinillo de pimienta

cái xay tiêu

vinagre

giấm

aceite

dầu

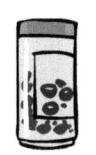

especias

gia vị

kétchup

nước xốt cà chua

mostaza

tương hạt cải

mayonesa

nước sốt mayonnaise

supermercado
siêu thị

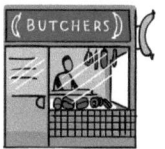

oferta especial
chào giá đặc biệt
FOR
cliente
khách hàng
lácteos
sản phẩm từ sữa
fruta
trái cây
changuito
xe đẩy mua sắm

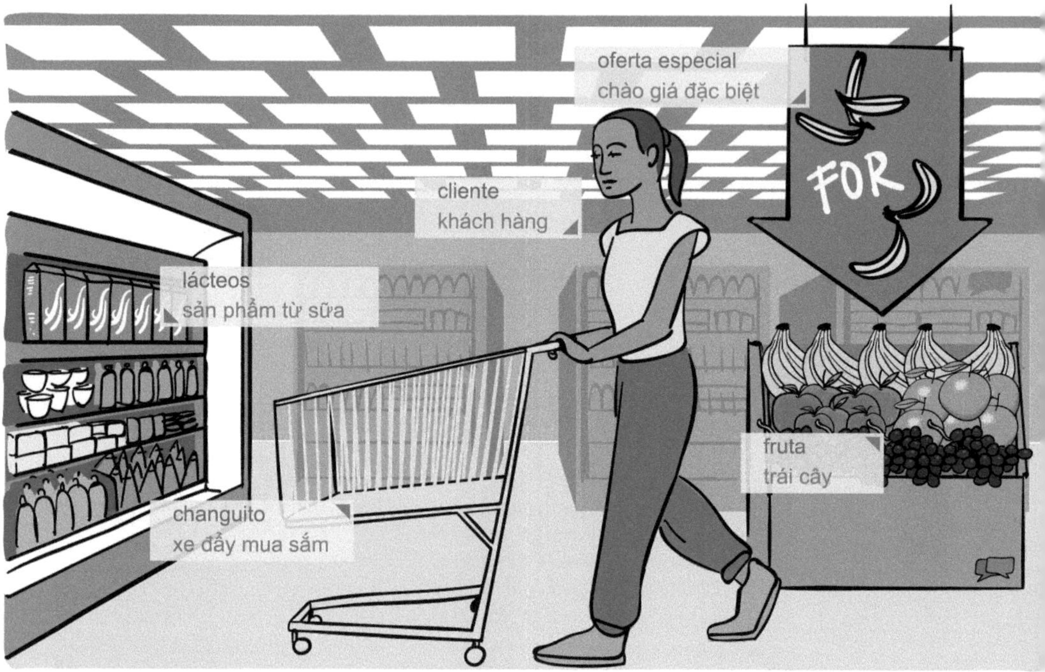

BUTCHERS

carnicería

lò mổ

BAKERY

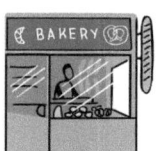

panadería

cửa hiệu bán bánh mì

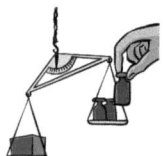

pesar

cân nặng

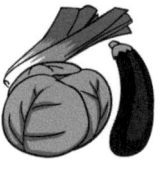

verduras

rau quả

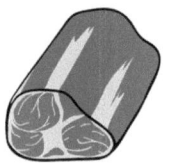

carne

thịt

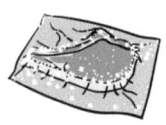

alimentos congelados

thức ăn đông lạnh

fiambres

lát thịt nguội

alimentos enlatados

đồ hộp

detergente en polvo

bột giặt

golosinas

đồ ngọt

electrodomésticos

sản phẩm dùng trong gia đình

productos de limpieza

chất tẩy rửa

vendedora

người bán hàng

caja

quầy trả tiền

cajero

nhân viên thu ngân

lista de compras

danh sách mua sắm

horario de atención

giờ mở cửa

billetera

ví tiền

tarjeta de crédito

thẻ tín dụng

cartera

túi đeo

bolsa de plástico

túi ny lông

supermercado - siêu thị

agua

nước

jugo

nước quả ép

leche

sữa

bebida cola

coca-cola

vino

rượu vang

cerveza

bia

alcohol

cồn

cacao

cacao

té

trà

café

cà phê

café expreso

espresso

cappuccino

cappuccino

banana

chuối

manzana

quả táo

naranja

quả cam

melón

dưa hấu

limón

chanh

zanahoria

cà rốt

ajo

tỏi

bambú

tre

cebolla

củ hành

champiñón

nấm

nueces

hạt dẻ

fideos

mì

tallarines	arroz	ensalada
mì spaghetti	cơm	xà lách

papas fritas	papas fritas	pizza
khoai tây chiên	khoai tây chiên	bánh pizza

hamburguesa	sándwich	churrasco
bánh hamburger	bánh mì sandwich	thịt côtlet
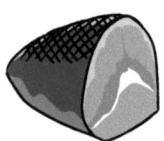		
jamón	salame	salchicha
thịt giăm bông	xúc xích	dồi

pollo	asado	pescado
gà	rán	cá

copos de avena

cháo yến mạch

muesli

cháo muesli

copos de maíz

bánh bột ngô nướng

harina

bột mì

medialuna

bánh sừng bò

pancito

bánh mì

pan

bánh mì

tostada

bánh mì nướng

galletitas

bánh bích quy

manteca

bơ

cuajada

sữa đông

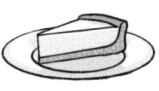

torta

bánh ngọt

huevo

trứng

huevo frito

trứng rán

queso

pho mát

comida - thức ăn

helado

kem

azúcar

đường

miel

mật ong

mermelada

mứt

pasta de chocolate

kem nougat

curry

cà ri

granja

nông trại

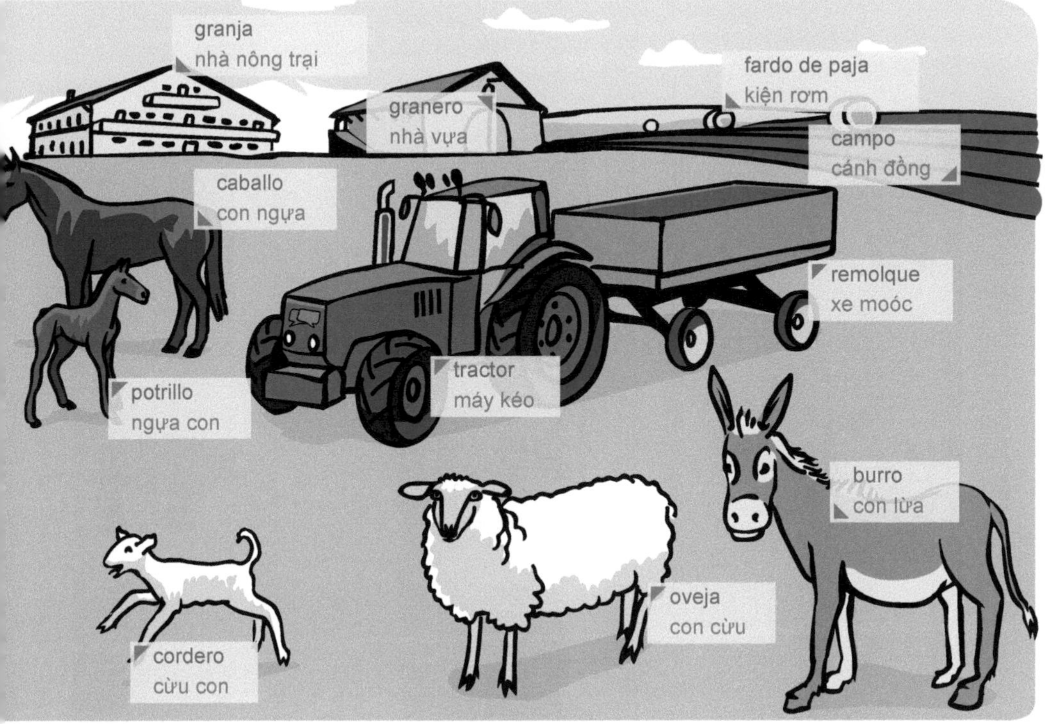
granja
nhà nông trại
granero
nhà vựa
fardo de paja
kiện rơm
campo
cánh đồng
caballo
con ngựa
remolque
xe moóc
tractor
máy kéo
potrillo
ngựa con
burro
con lừa
oveja
con cừu
cordero
cừu con

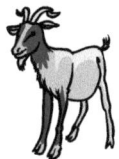

cabra

con dê

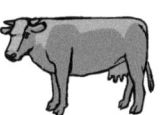

vaca

con bò

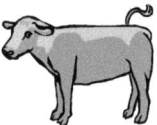

ternero

con bê

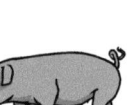

cerdo

con lợn

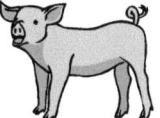

lechón

lợn con

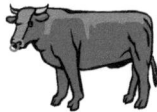

toro

bò đực

ganso

con ngỗng

pato

con vịt

pollo

gà con

gallina

gà mái

gallo

gà trống

rata

con chuột

gato

mèo

ratón

chuột nhắt

buey

bò đực

perro

con chó

cucha

nhà chuồng chó

manguera

ống tưới vườn cây

regadera

thùng tưới cây

guadaña

lưỡi hái

arado

cái cày

hoz

cái liềm

azada

cái cuốc

horquilla

cái chĩa

hacha

cái rìu

carretilla

xe cút kít

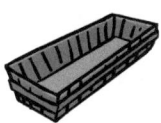

abrevadero

máng ăn

lechera

lọ sữa

bolsa

bao tải

reja

hàng rào

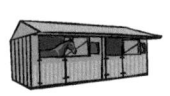

establo

chuồng

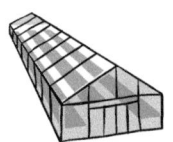

invernadero

nhà kính trồng cây

suelo

đất trồng

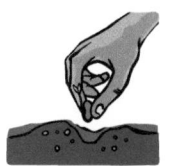

semilla

hạt giống

fertilizador

phân bón

cosechadora

máy gặt đập liên hợp

cosechar

thu hoạch

cosecha

mùa thu hoạch

batatas

khoai lang

trigo

lúa mì

soja

đậu nành

papa

khoai tây

maíz

ngô

semilla de colza

hạt cải dầu

árbol frutal

cây ăn trái

mandioca

sắn

cereales

ngũ cốc

casa
nhà

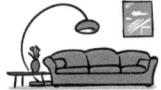

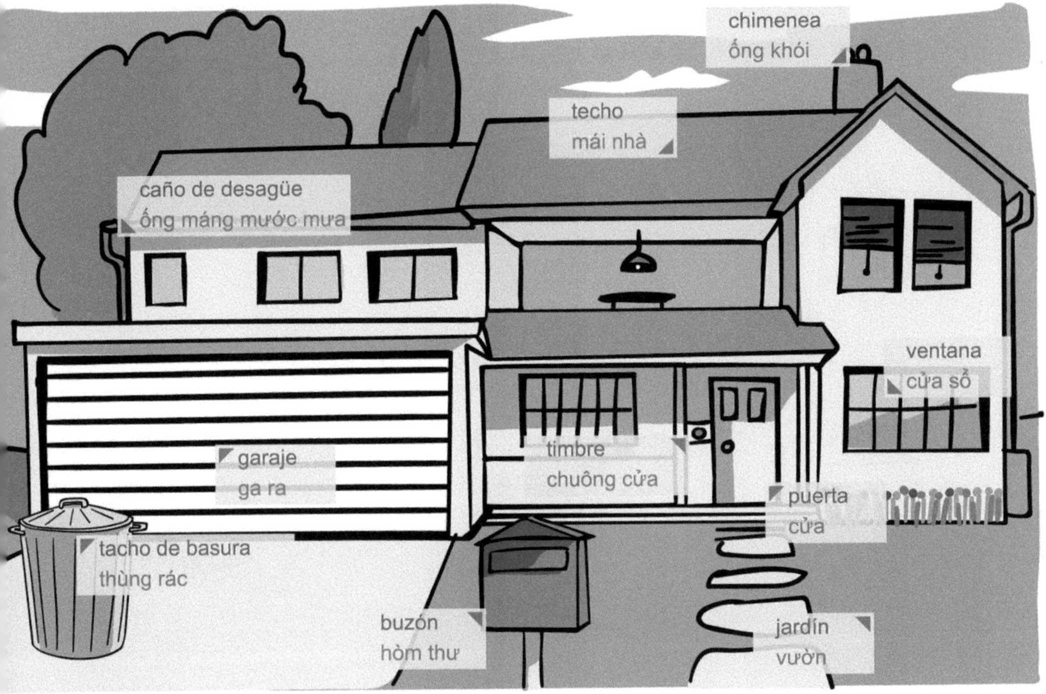
chimenea
ống khói
techo
mái nhà
caño de desagüe
ống máng mước mưa
ventana
cửa sổ
timbre
chuông cửa
garaje
ga ra
puerta
cửa
tacho de basura
thùng rác
buzón
hòm thư
jardín
vườn

living

phòng khách

baño

phòng tắm

cocina

bếp

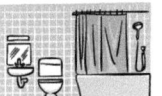

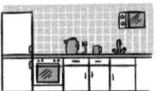

dormitorio

phòng ngủ

cuarto de los chicos

phòng trẻ em

comedor

phòng ăn

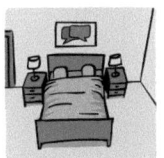

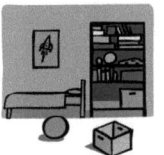

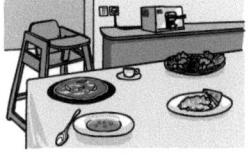

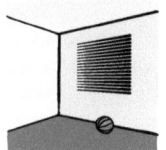

piso

nền nhà

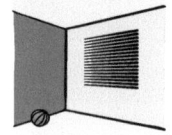

pared

tường

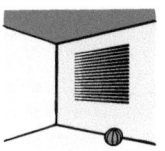

cielorraso

trần nhà

sótano

tầng hầm

sauna

tắm hơi

balcón

ban công

terraza

sân hiên

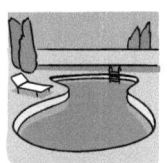

pileta

bể bơi

cortadora de pasto

máy cắt cỏ

sábana

khăn trải giường

acolchado

khăn trải giường

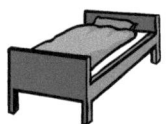

cama

giường

escoba

chổi

balde

cái xô

interruptor

công tắc điện

empapelado
giấy dán tường

imagen
hình ảnh

lámpara
đèn

estante
cái kệ

armario
tủ

chimenea
lò sưởi

televisión
ti vi

flor
bông hoa

almohadón
gối

sofá
ghế sofa

florero
bình hoa

control remoto
điều khiển từ xa

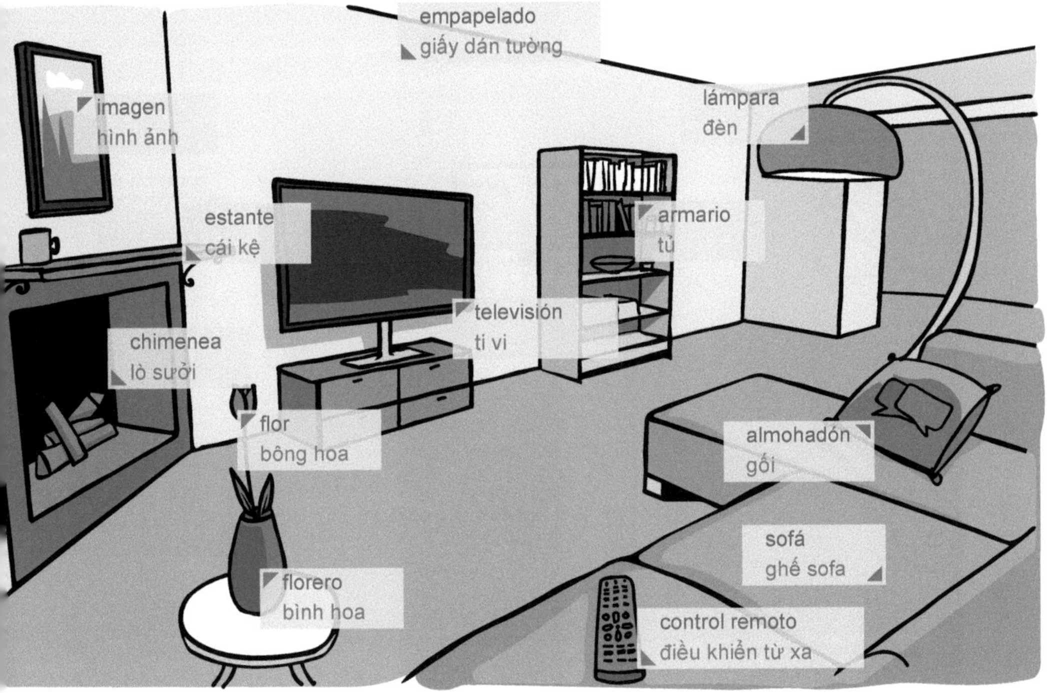

alfombra
thảm

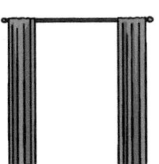

cortina
rèm

mesa
cái bàn

silla
ghế

mecedora
ghế bập bênh

sillón
ghế bành

living - phòng khách

33

libro

sách

frazada

cái chăn

decoración

đồ trang trí

leña

củi

película

phim

equipo de música

máy hi-fi

llave

chìa khóa

diario

báo

pintura

bức tranh

póster

áp phích

radio

radio

cuaderno

sổ ghi chép

aspiradora

máy hút bụi

cactus

cây xương rồng

vela

cây nến

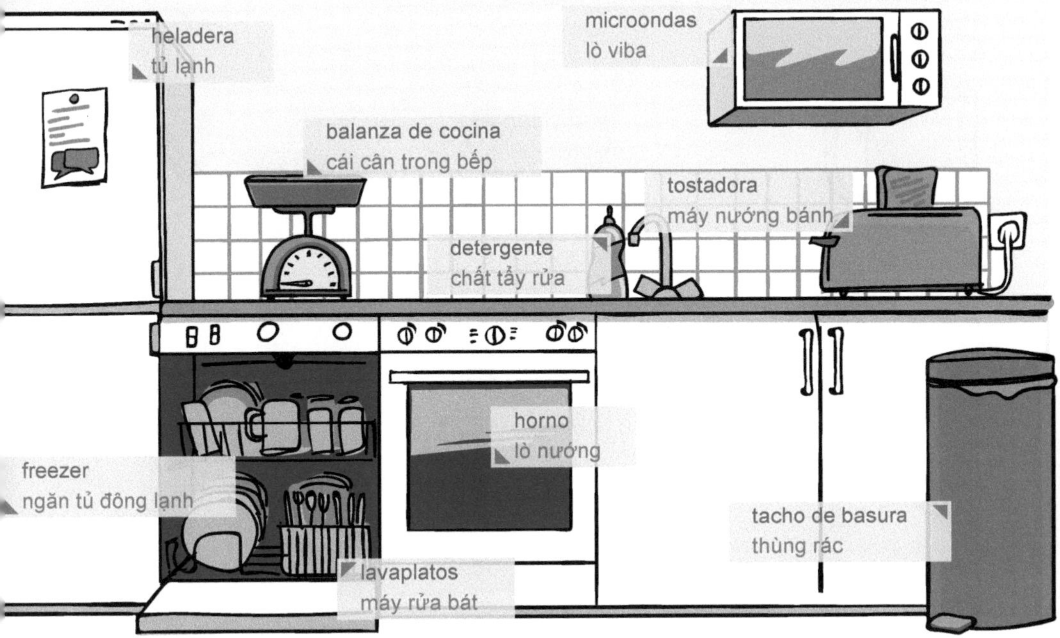

heladera
tủ lạnh

microondas
lò viba

balanza de cocina
cái cân trong bếp

tostadora
máy nướng bánh

detergente
chất tẩy rửa

horno
lò nướng

freezer
ngăn tủ đông lạnh

tacho de basura
thùng rác

lavaplatos
máy rửa bát

cocina

lò nấu

olla

nồi

olla de hierro fundido

nồi sắt

wok

chảo

sartén

chảo

pava

ấm đun nước

vaporera

nồi đun hơi

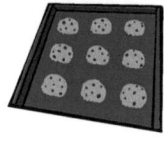

bandeja de horno

khay lò nướng

vajilla

bát đĩa

taza

cốc

bol

cái bát

palitos

đũa

cucharón

cái vá

estpátula

bàn xẻng

batidora

que đánh kem

colador

rây dùng trong bếp

colador

cái rây lọc

rallador

cái nạo

mortero

vữa

parrilla

vỉ nướng

fogata

ngọn lửa trần

tabla de picar

cái thớt

palo de amasar

trục cán bột

sacacorchos

cái mở nút chai

lata

vỏ đồ hộp

abrelatas

cái mở vỏ đồ hộp

manopla

miếng nhấc nồi

pileta

bồn rửa bát

cepillo

bàn chải

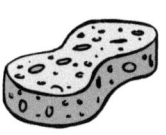

esponja

miếng xốp

batidora

máy xay

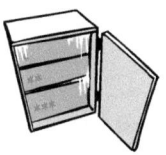

congelador

tủ đông lạnh

mamadera

bình sữa cho trẻ sơ sinh

canilla

vòi nước

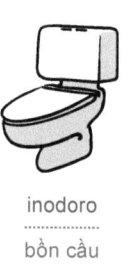

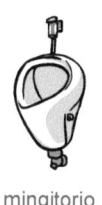

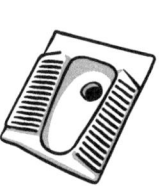

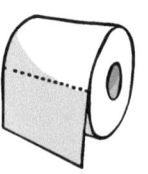

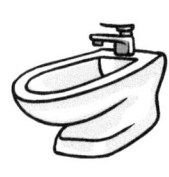

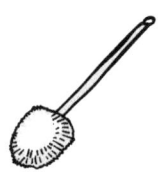

baño

phòng tắm

calefacción
lò sưởi
ducha
vòi hoa sen
toalla
khăn lau
cortina de ducha
rèm che ngăn tắm
baño de espuma
tắm bọt
bañadera
bồn tắm
vaso
cốc thủy tinh
lavarropas
máy giặt
canilla
vòi nước
baldosas
gạch lát
pelela
cái bô
pileta
bồn rửa bát

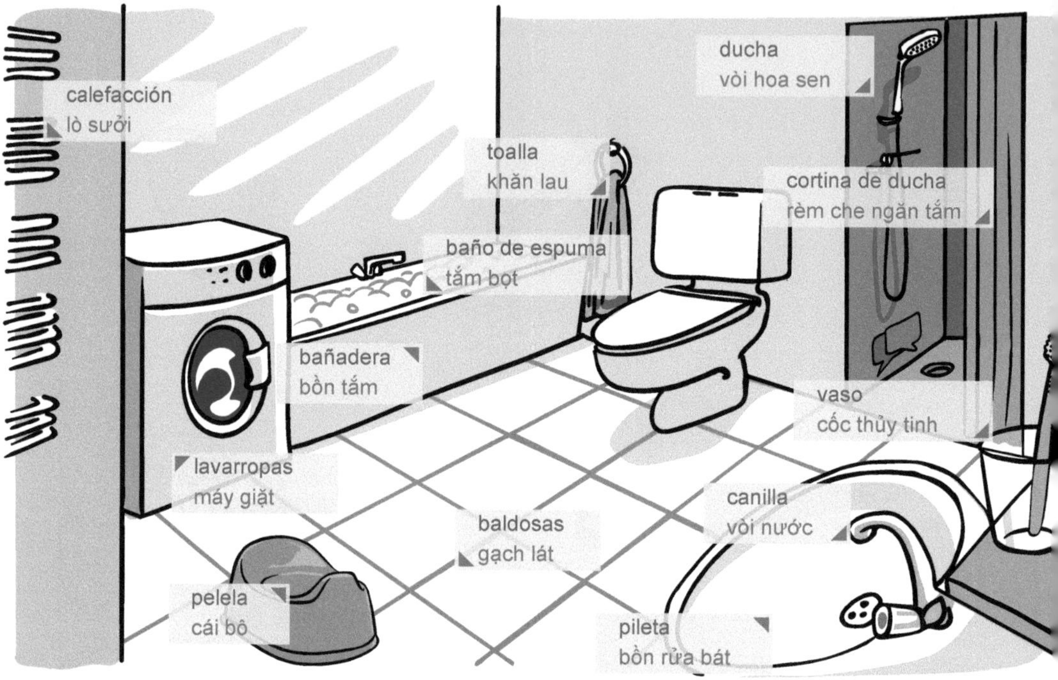

inodoro

bồn cầu

letrina

bồn cầu ngồi xổm

bidé

bồn rửa hậu môn

mingitorio

bồn tiểu tiện

papel higiénico

giấy vệ sinh

cepillo para el inodoro

bàn chải cọ bồn cầu

cepillo de dientes

bàn chải đánh răng

dentífrico

kem đánh răng

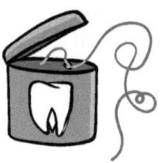

hilo dental

chỉ nha khoa

lavar

rửa

ducha de mano

vòi sen cầm tay

ducha higiénica

vòi rửa hậu môn

palangana

bồn rửa

cepillo para espalda

bàn chải cọ lưng

jabón

xà phòng

gel de ducha

sữa tắm

shampoo

dầu gội

toallita

khăn cọ để tắm

desagüe

lỗ thoát nước

crema

kem

desodorante

chất khử mùi

espejo

gương

espejito

gương tay

maquinita de afeitar

dao cạo râu

espuma de afeitar

kem cạo râu

aftershave

nước thơm dùng sau khi
cạo râu

peine

cái lược

cepillo

bàn chải

secador de pelo

máy xấy tóc

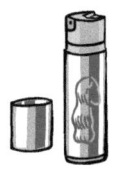

spray

keo xịt tóc

maquillaje

đồ trang điểm

lápiz de labios

thỏi son môi

esmalte para uñas

sơn bôi móng

algodón

bông

tijera para uñas

kéo cắt móng

perfume

nước hoa

portacosméticos

túi đựng đồ tắm

banqueta

ghế đẩu

balanza

cái cân

bata

áo choàng tắm

guantes de goma

găng tay làm vệ sinh

tampón

nút gạc

toallita femenina

băng vệ sinh

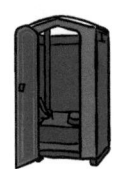

baño químico

nhà vệ sinh hóa chất

cuarto de los chicos

phòng trẻ em

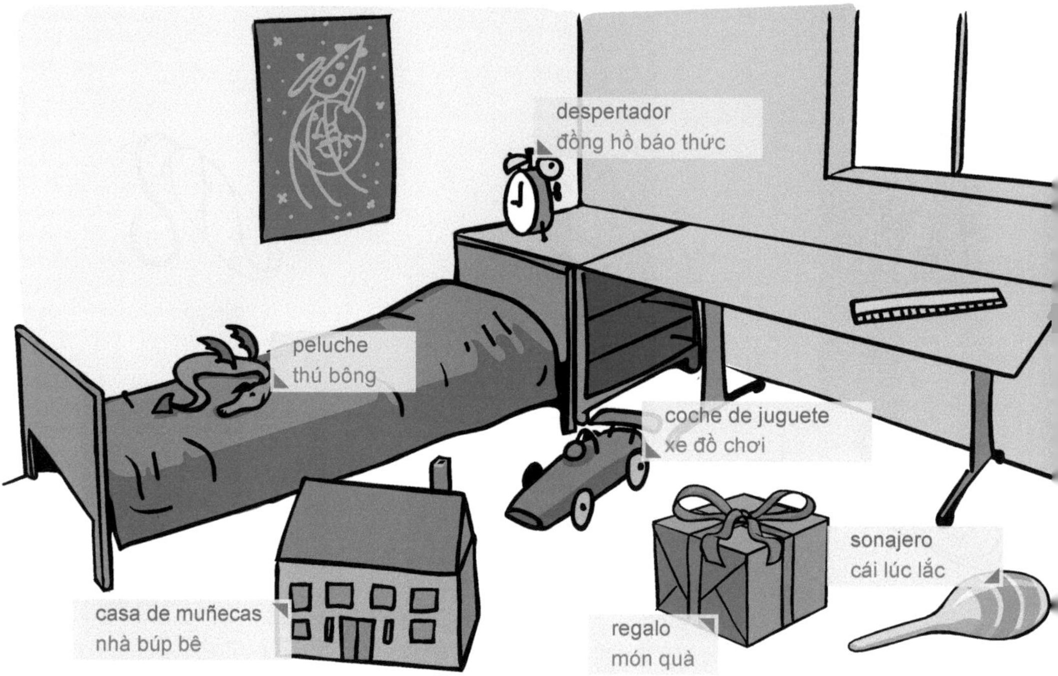

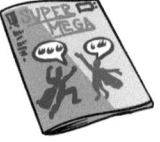

despertador
đồng hồ báo thức
peluche
thú bông
coche de juguete
xe đồ chơi
sonajero
cái lúc lắc
casa de muñecas
nhà búp bê
regalo
món quà

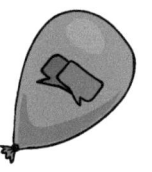

globo

bong bóng

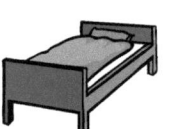

cama

giường

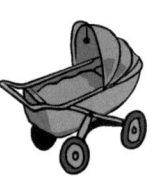

cochecito

xe nôi

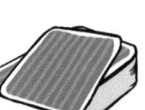

cartas

trò chơi bài

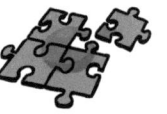

rompecabezas

trò chơi ghép hình

SUPER
MEGA

historieta

truyện tranh

piezas de lego

gạch Lego

ladrillos de juguete

khối xếp hình

figura de acción

nhân vật hành động

enterito (de bebé)

liền quần cho trẻ sơ sinh

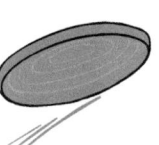

frisbee

đĩa nhựa để ném

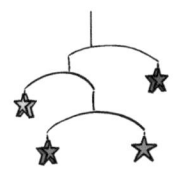

móvil para bebés

đồ chơi treo trên giường

juego de mesa

trò chơi cờ bàn

dados

xúc xắc

tren eléctrico

đồ chơi xe lửa mô hình

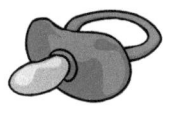

chupete

ti giả

fiesta

buổi tiệc

libro de cuentos ilustrado

sách tranh

pelota

quả bóng

muñeca

búp bê

jugar

chơi

arenero

hố cát

hamaca

cái đu

juguetes

đồ chơi

consola de videojuegos

máy chơi game cầm tay

triciclo

xe ba bánh

osito de peluche

gấu bông

armario

tủ quần áo

ropa

y phục

medias

bít tất

medias panty

bít tất dài

calzas

quần tất

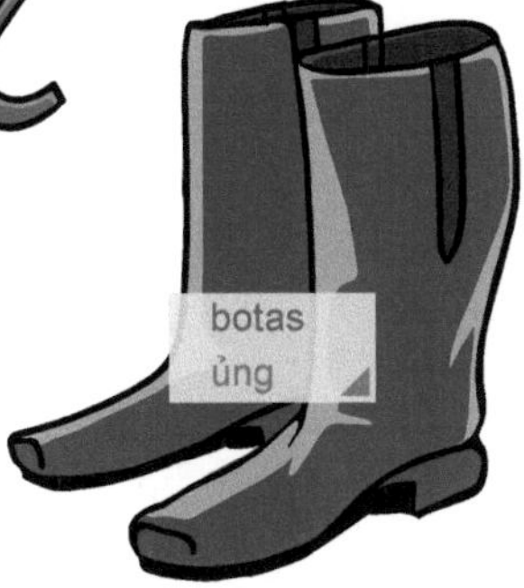

bufanda
khăn choàng cổ

paraguas
ô che mưa

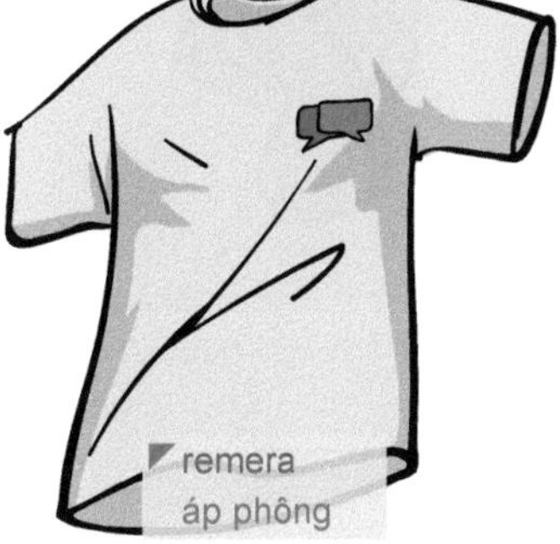

remera
áp phông

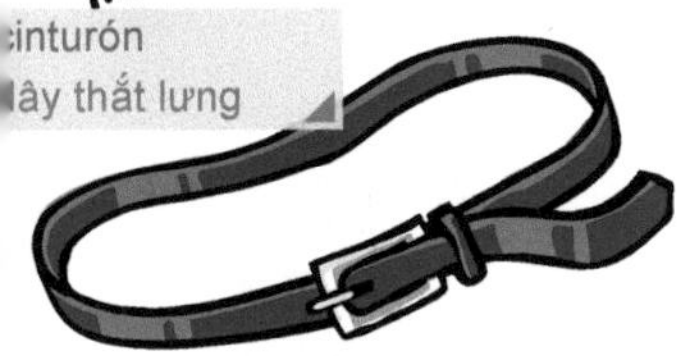

cinturón
dây thắt lưng

botas
ủng

pantuflas
dép đi trong nhà

zapatillas
giày sneaker

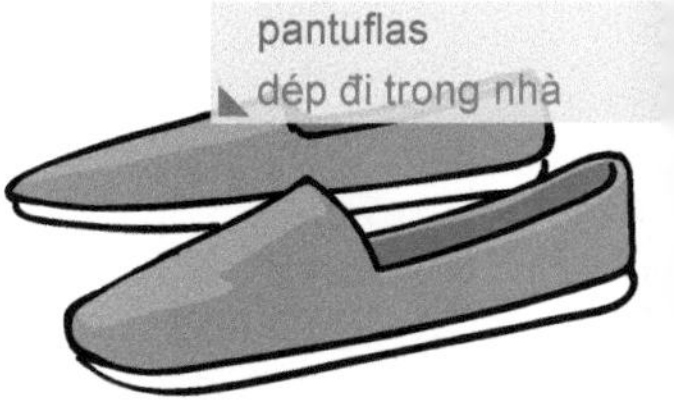

sandalias

dép xăng đan

zapatos

giày

botas de goma

ủng cao su

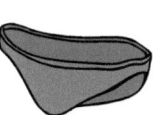

ropa interior

quần lót

corpiño

áo ngực

chaleco

áo vest

body

áo ôm sát cơ thể

pantalones

quần dài

jeans

quần bò

pollera

váy

blusa

áo cánh

camisa

áo sơ mi

pulóver

áo len chui đầu

buzo

áo len

blazer

áo blazer

campera

áo jacket

tapado

áo khoác

piloto

áo mưa

traje

trang phục

vestido

áo váy

vestido de novia

áo cưới

traje

bộ com lê

camisón

áo ngủ

pijama

pijama

sari

trang phục sari

pañuelo para cabeza

khăn trùm đầu

turbante

khăn đội đầu

burka

áo burka

caftán

áo captan

abaya

áo aba

traje de baño

quần áo bơi

short de baño

quần bơi

shorts

quần đùi

jogging

quần áo tracksuit

delantal

tạp dề

guantes

găng tay

botón

cái cúc

anteojos

kính mắt

pulsera

vòng đeo tay

collar

vòng cổ

anillo

nhẫn

aro

hoa tai

gorra

mũ lưỡi trai

percha

cái mắc treo áo quần

sombrero

mũ

corbata

cà vạt

cierre

dây kéo phéc mơ tuya

casco

mũ bảo hiểm

tiradores

dây đeo quần

uniforme escolar

đồng phục học sinh

uniforme

đồng phục

babero

yếm trẻ em

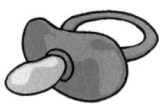

chupete

ti giả

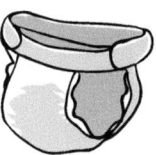

pañal

tã lót

oficina
văn phòng

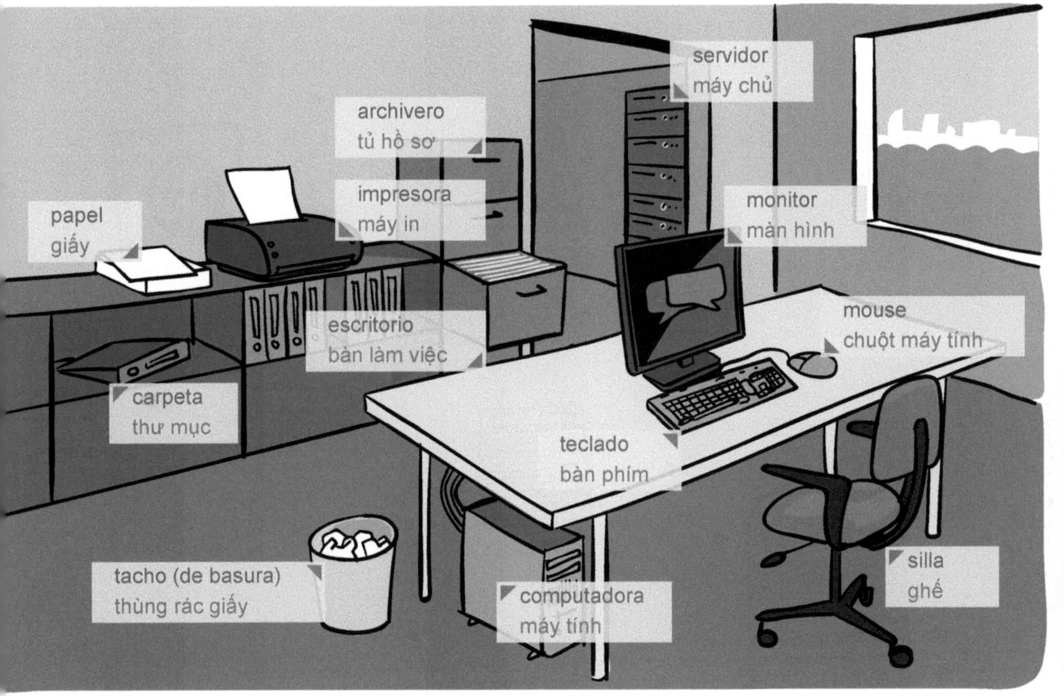

servidor
máy chủ

archivero
tủ hồ sơ

impresora
máy in

papel
giấy

monitor
màn hình

escritorio
bàn làm việc

mouse
chuột máy tính

carpeta
thư mục

teclado
bàn phím

tacho (de basura)
thùng rác giấy

silla
ghế

computadora
máy tính

taza de café

cốc cà phê

calculadora

máy tính bỏ túi

internet

internet

oficina - văn phòng   49

laptop

laptop

carta

thư

mensaje

tin nhắn

celular

điện thoại di động

red

mạng

fotocopiadora

máy photocopy

software

phần mềm

teléfono

điện thoại

tomacorriente

ổ cắm điện

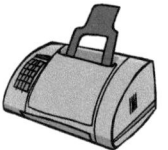

fax

máy fax

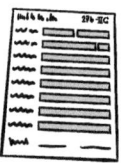

formulario

mẫu đơn

documento

chứng từ

comprar

mua

pagar

trả tiền

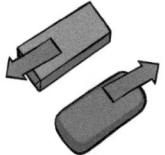

hacer negocios

buôn bán

dinero

tiền

dólar

đô la

euro

Euro

yen

yên

rublo

rúp

franco suizo

franc Thụy Sĩ

yuan

nhân dân tệ

rupia

rupi

cajero automático

máy rút tiền tự động

casa de cambio

quầy đổi tiền

oro

vàng

plata

bạc

petróleo

dầu

energía

năng lượng

precio

giá tiền

contrato

hợp đồng

impuesto

thuế

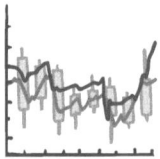

acción

cổ phiếu

trabajar

làm việc

empleado

nhân viên

empleador

chủ lao động

fábrica

nhà máy

negocio

cửa hiệu

policía
nhân viên cảnh sát

bombero
lính cứu hỏa

cocinero
đầu bếp

médico
bác sĩ

piloto
phi công

jardinero
người làm vườn

carpintero
thợ mộc

modista
thợ may

juez
chánh án

farmacéutico
nhà hóa học

actor
diễn viên

colectivero

tài xế xe buýt

taxista

người lái taxi

pescador

ngư dân

mucama

người lau dọn vệ sinh

techista

thợ lợp mái nhà

mozo

bồi bàn

cazador

thợ săn

pintor

họa sĩ

panadero

thợ làm bánh

electricista

thợ điện

albañil

thợ xây dựng

ingeniero

kỹ sư

carnicero

người hàng thịt

plomero

thợ sửa ống nước

cartero

người đưa thư

soldado

người lính

arquitecto

kiến trúc sư

cajero

nhân viên thu ngân

florista

người bán hoa

peluquero

thợ cắt tóc

cobrador

nhân viên soát vé

mecánico

thợ cơ khí

capitán

thuyền trưởng

dentista

nha sĩ

científico

nhà khoa học

rabino

giáo sĩ Do thái

imán

lãnh tụ Hồi giáo

monje

nhà sư

sacerdote

mục sư

herramientas
dụng cụ

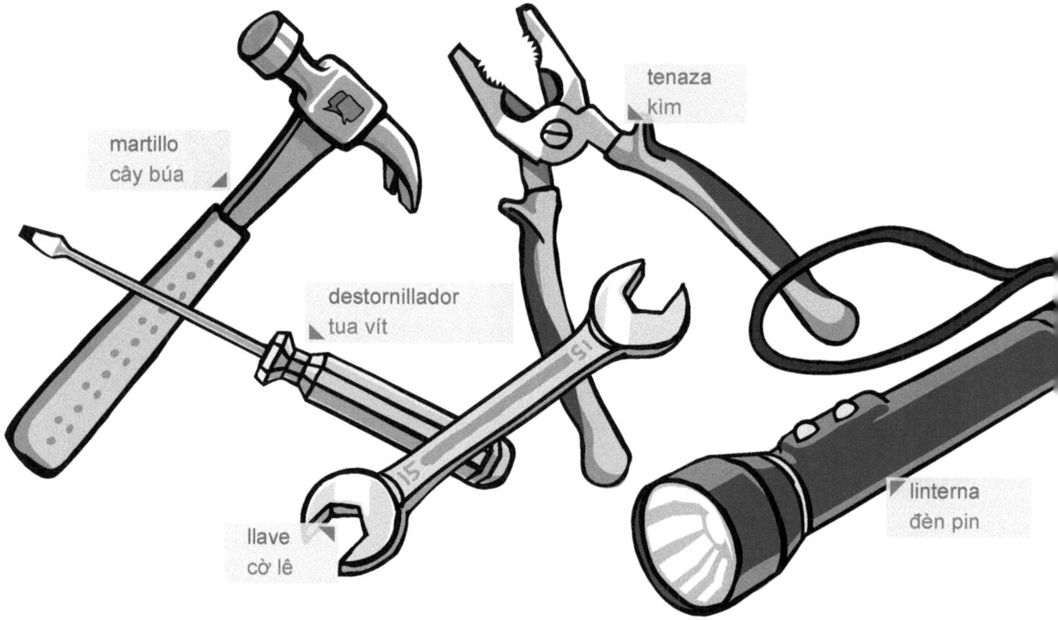

martillo
cây búa

tenaza
kìm

destornillador
tua vít

llave
cờ lê

linterna
đèn pin

excavadora
máy xúc đất

caja de herramientas
hộp dụng cụ

escalera portátil
cái thang

sierra
cưa

clavos
đinh

taladro
máy khoan

arreglar

sửa chữa

pala de jardín

cái xẻng

¡Qué bronca!

khốn nạn!

pala de plástico

cái hót rác

tacho de pintura

thùng sơn

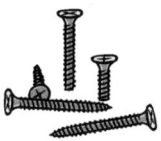

tornillos

vít

instrumentos musicales
nhạc cụ

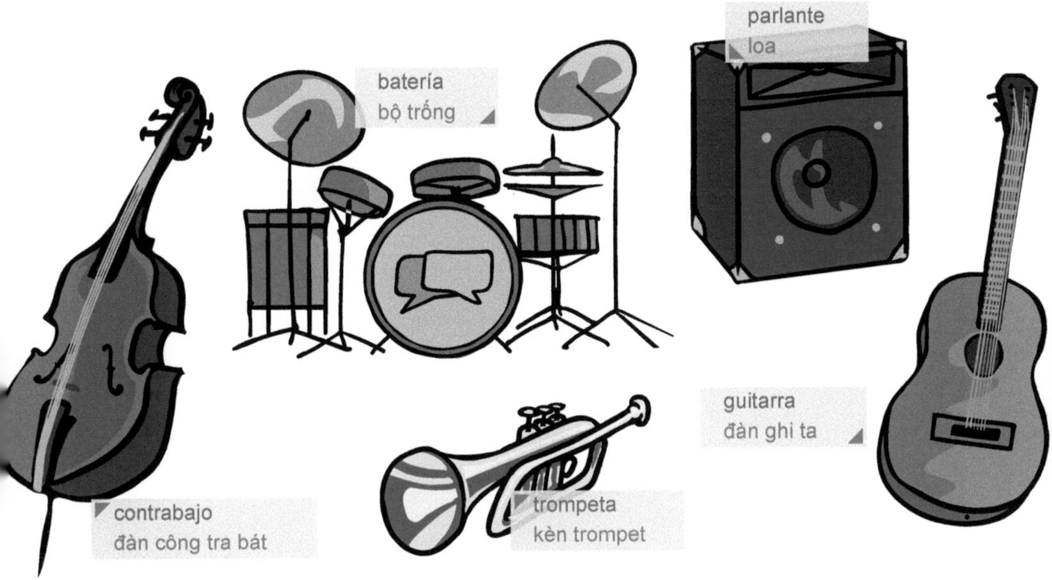

batería
bộ trống

parlante
loa

contrabajo
đàn công tra bát

trompeta
kèn trompet

guitarra
đàn ghi ta

piano

đàn piano

violín

đàn vĩ cầm

bajo

ghi ta bass

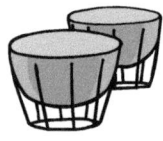

timbales

trống định âm

tambor

trống

teclado

đàn organ

saxofón

kèn Saxophone

flauta

sáo

micrófono

micro

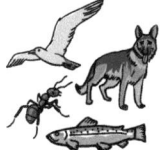

zoológico
vườn bách thú

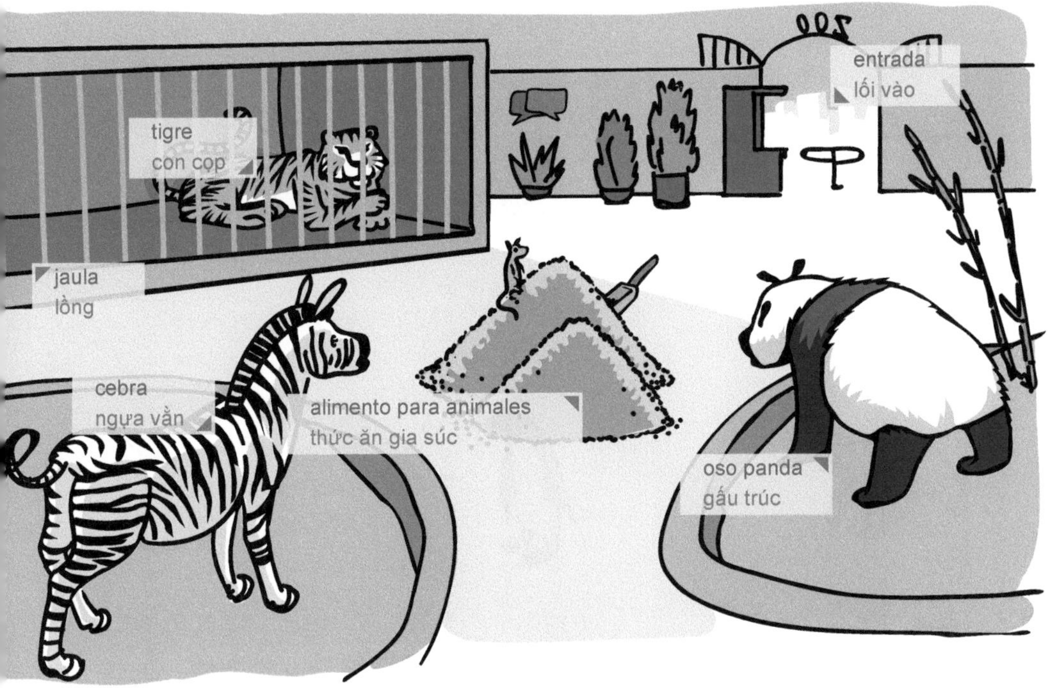
zoo
entrada
lối vào
tigre
con cọp
jaula
lồng
cebra
ngựa vằn
alimento para animales
thức ăn gia súc
oso panda
gấu trúc

animales
động vật

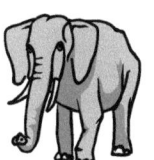

elefante
con voi

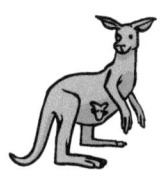

canguro
chuột túi

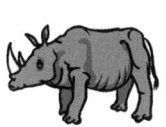

rinoceronte
tê giác

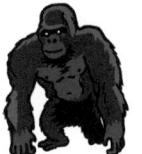

gorila
khỉ đột

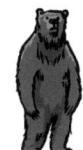

oso
con gấu

camello

lạc đà

avestruz

đà điểu

león

sư tử

mono

con khỉ

flamenco

hồng hạc

loro

con vẹt

oso polar

gấu bắc cực

pingüino

chim cánh cụt

tiburón

cá mập

pavo real

con công

serpiente

con rắn

cocodrilo

cá sấu

cuidador del zoológico

người trông giữ vườn bách thú

foca

hải cẩu

jaguar

báo đốm

poni

ngựa lùn

leopardo

con báo

hipopótamo

hà mã

jirafa

hươu cao cổ

águila

đại bàng

jabalí

heo rừng

pescado

cá

tortuga

con rùa

morsa

hải mã

zorro

con cáo

gacela

linh dương

fútbol americano
bóng bầu dục Mỹ

ciclismo
đua xe đạp

tenis
quần vợt

básquet
bóng rổ

natación
bơi

boxeo
đấm bốc

hockey sobre hielo
khúc côn cầu trên băng

fútbol
bóng đá

bádminton
cầu lông

atletismo
điền kinh

handball
bóng ném

esquí
trượt tuyết

polo
polo

actividades
các hoạt động

reír
cười
saltar
nhảy
abrazar
ôm
caminar
đi bộ
cantar
ca hát
soñar
mơ
rezar
cầu nguyện
besar
hôn

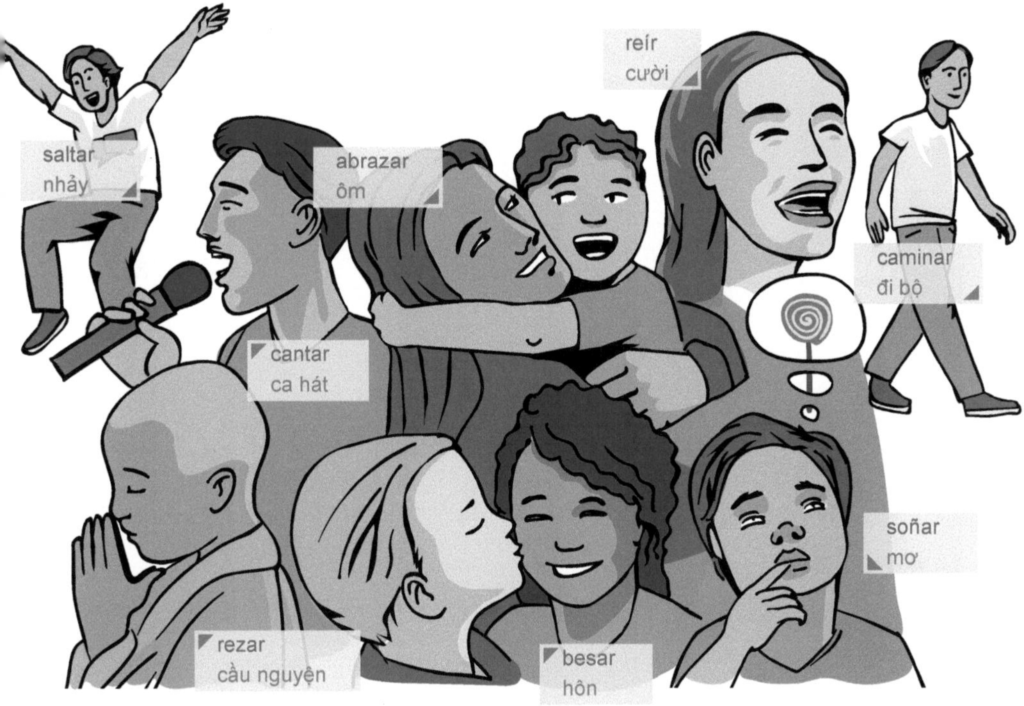

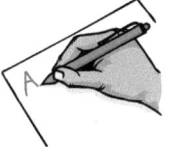

escribir

viết

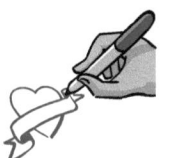

dibujar

vẽ

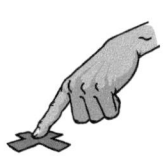

mostrar

chỉ trỏ

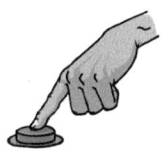

presionar

đẩy

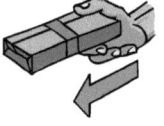

dar

cho

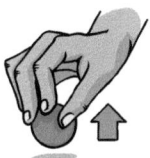

tomar

lấy đi

tener

có

hacer

làm

ser

thì / là

estar parado

đứng

correr

chạy

tirar

kéo

tirar

ném

caer

rơi

estar acostado

nằm

esperar

chờ đợi

llevar

mang vác

estar sentado

ngồi

vestirse

mặc quần áo

dormir

ngủ

despertar

thức dậy

mirar

xem

llorar

khóc

acariciar

vuốt ve

peinar

chải

hablar

nói chuyện

entender

hiểu

preguntar

câu hỏi

escuchar

nghe

beber

uống

comer

ăn

ordenar

dọn dẹp

amar

yêu

cocinar

nấu nướng

manejar

lái xe

volar

bay

navegar

đi thuyền buồm

calcular

tính toán

leer

đọc

aprender

học

trabajar

làm việc

casarse

cưới

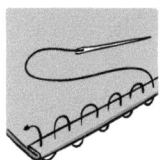

coser

khâu vá

cepillarse los dientes

đánh răng

matar

giết

fumar

hút thuốc

enviar

gửi đi

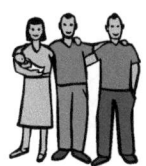

familia
gia đình

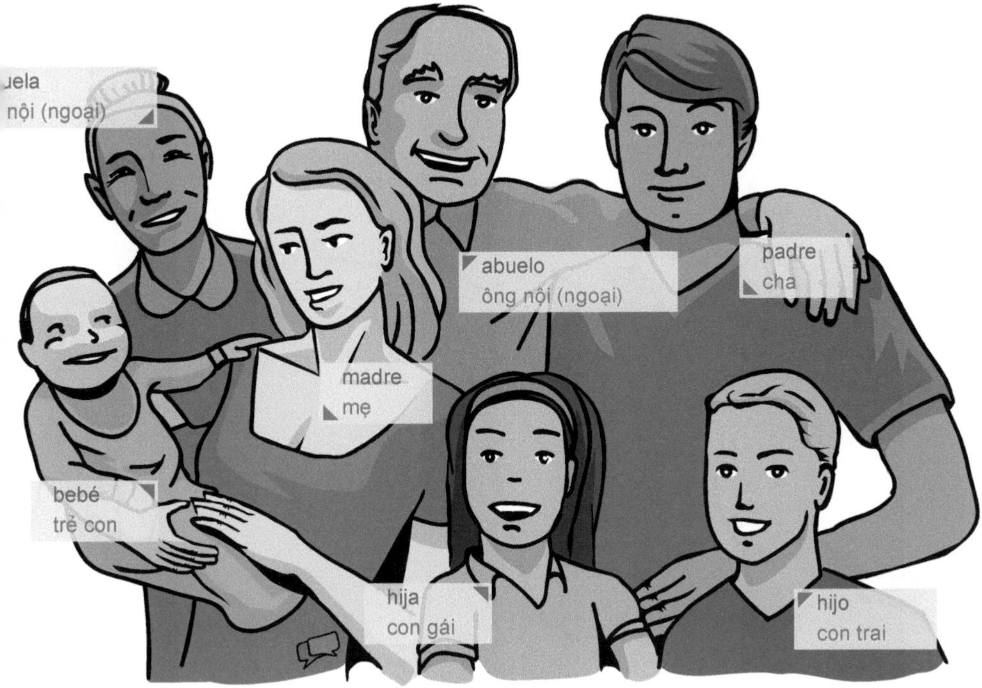

ɹela
nội (ngoại)
abuelo
ông nội (ngoại)
padre
cha
madre
mẹ
bebé
trẻ con
hija
con gái
hijo
con trai

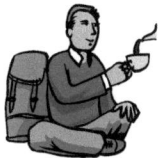

invitado
khách

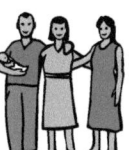

tía
cô (dì)

tío
chú, bác (cậu)

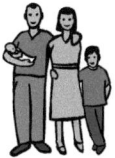

hermano
anh (em) trai

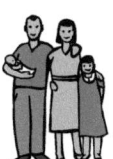

hermana
chị (em) gái

cuerpo
cơ thể

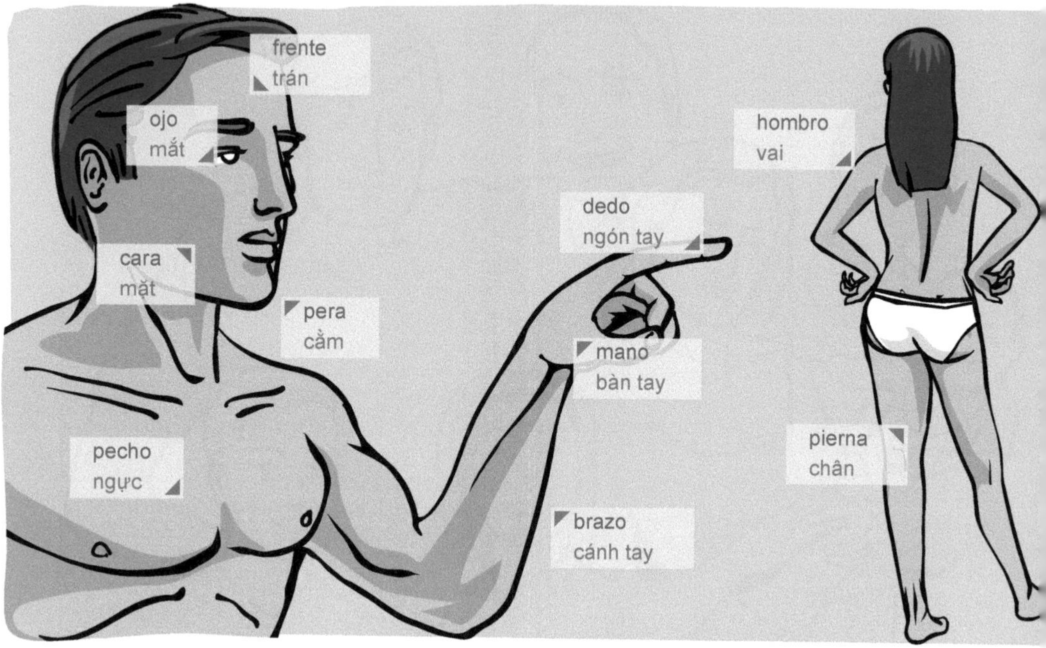

frente
trán

ojo
mắt

hombro
vai

dedo
ngón tay

cara
mặt

pera
cằm

mano
bàn tay

pecho
ngực

pierna
chân

brazo
cánh tay

bebé
trẻ con

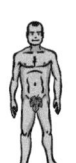

hombre
đàn ông

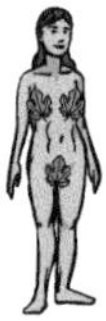

mujer
phụ nữ

nena
bé gái

nene
bé trai

cabeza
đầu

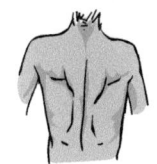

espalda

lưng

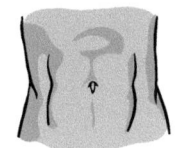

panza

bụng

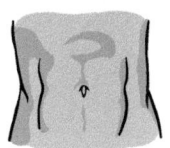

ombligo

rốn

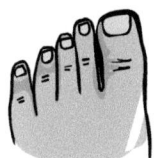

dedo del pie

ngón chân

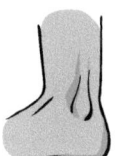

talón

gót chân

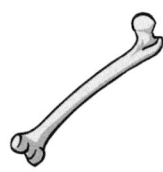

hueso

xương

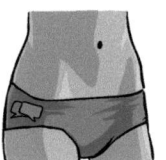

cadera

hông

rodilla

đầu gối

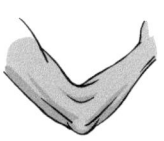

codo

khuỷu tay

nariz

mũi

cola

mông

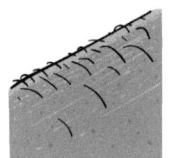

piel

da

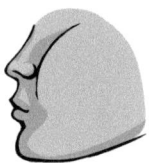

cachete

má

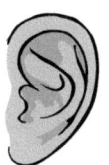

oreja

tai

labio

môi

boca

miệng

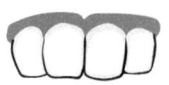

diente

răng

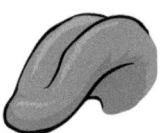

lengua

lưỡi

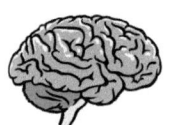

cerebro

não

corazón

tim

músculo

cơ bắp

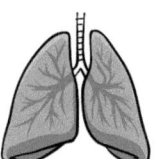

pulmón

phổi

hígado

gan

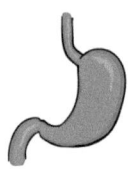

estómago

dạ dày

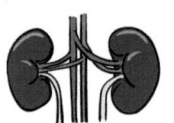

riñones

thận

sexo

giao hợp

preservativo

bao cao su

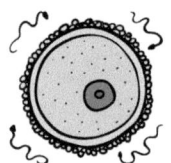

óvulo

noãn

semen

tinh dịch

embarazo

mang thai

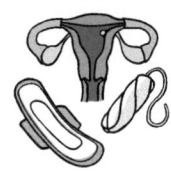

menstruación

kinh nguyệt

vagina

âm vật

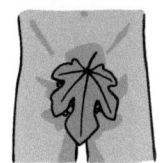

pene

dương vật

ceja

lông mày

pelo

tóc

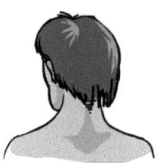

cuello

cổ

hospital
bệnh viện

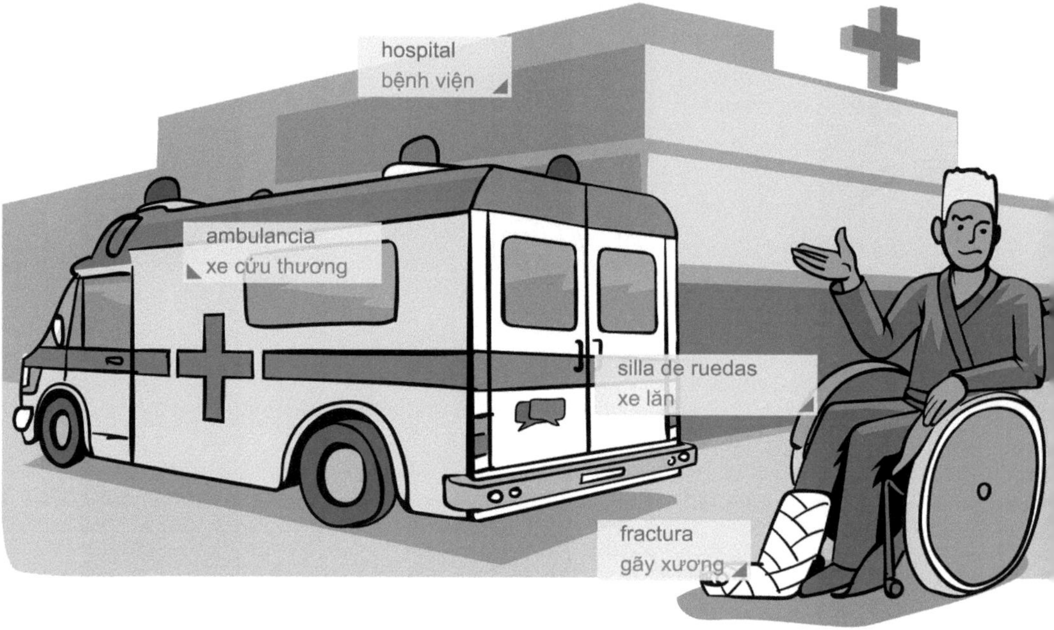

hospital
bệnh viện
ambulancia
xe cứu thương
silla de ruedas
xe lăn
fractura
gãy xương

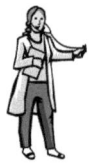

médico

bác sĩ

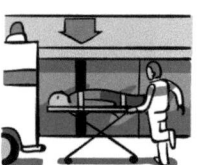

sala de guardia

phòng cấp cứu

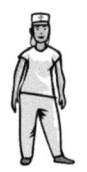

enfermera

y tá

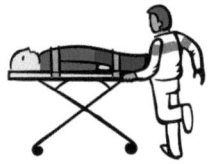

emergencia

cấp cứu

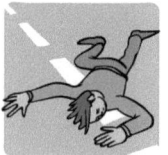

inconsciente

bất tỉnh

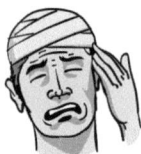

dolor

cơn đau

lesión

bị thương

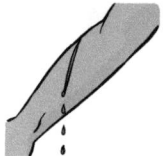

hemorragia

chảy máu

infarto

nhồi máu cơ tim

ACV

đột quỵ

alergia

dị ứng

tos

ho

fiebre

sốt

gripe

cúm

diarrea

tiêu chảy

dolor de cabeza

đau đầu

cáncer

ung thư

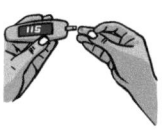

diabetes

bệnh tiểu đường

cirujano

bác sĩ phẫu thuật

bisturí

dao mổ

operación

giải phẫu

	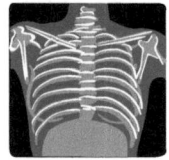	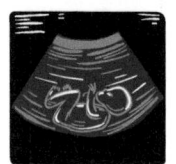
TC	rayos x	ecografía
chụp cắt lớp	chụp x-quang	siêu âm

barbijo	enfermedad	sala de espera
mặt nạ	bệnh	phòng đợi
	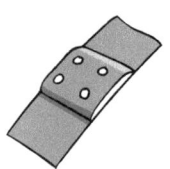	
muleta	curita	venda
cái nạng	băng dán vết thương	băng bó
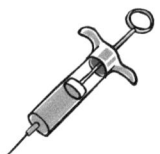	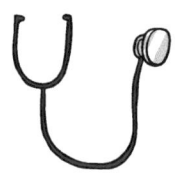	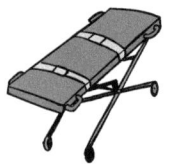
inyección	estetoscopio	camilla
tiêm thuốc	ống nghe khám bệnh	băng ca

termómetro	nacimiento	sobrepeso
nhiệt kế	sinh đẻ	thừa cân

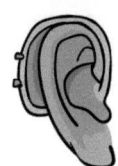

audífono

máy trợ thính

desinfectante

chất khử trùng

infección

nhiễm trùng

virus

vi rút

VIH / SIDA

HIV / AIDS

remedio

thuốc

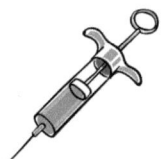

vacunación

tiêm chủng

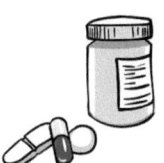

comprimidos

thuốc viên

pastilla anticonceptiva

viên thuốc

llamada de emergencia

gọi cấp cứu

tensiómetro

máy đo huyết áp

enfermo / sano

bệnh / khỏe mạnh

¡Ayuda!

cứu!

alarma

báo động

agresión

cuộc đột kích

ataque

sự tấn công

peligro

mối nguy hiểm

salida de emergencia

lối thoát hiểm

¡Fuego!

cháy!

matafuego

bình chữa cháy

accidente

tai nạn

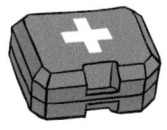

botiquín de primeros
auxilios

bộ dụng cụ sơ cứu

SOS

SOS

policía

cảnh sát

Europa

châu Âu

América del Norte

Bắc Mỹ

América del Sur

Nam Mỹ

África

châu Phi

Asia

châu Á

Australia

châu Úc

Atlántico

Đại Tây Dương

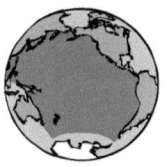

Pacífico

Thái Bình Dương

Océano Índico

Ấn Độ Dương

Océano Antártico

Nam Cực Dương

Océano Ártico

Bắc Băng Dương

polo norte

bắc cực

polo sur

nam cực

Antártida

nam cực

Tierra

trái đất

tierra

đất liền

mar

biển

isla

đảo

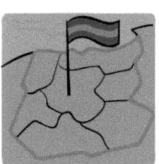

nación

quốc gia

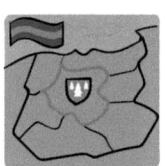

estado

nhà nước

esfera

mặt đồng hồ

manecilla de las horas

kim chỉ giờ

minutero

kim chỉ phút

segundero

kim chỉ giây

¿Qué hora es?

Bây giờ là mấy giờ?

día

ngày

hora

thời gian

ahora

bây giờ

reloj digital

đồng hồ điện tử

minuto

phút

hora

giờ

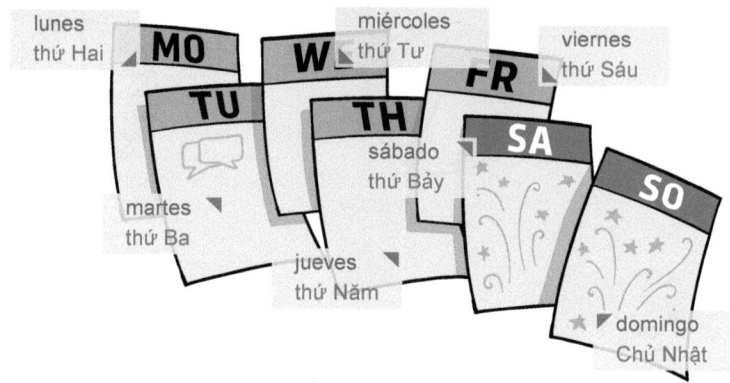

lunes
thứ Hai

miércoles
thứ Tư

viernes
thứ Sáu

sábado
thứ Bảy

martes
thứ Ba

jueves
thứ Năm

domingo
Chủ Nhật

ayer

hôm qua

hoy

hôm nay

mañana

ngày mai

mañana

buổi sáng

mediodía

buổi trưa

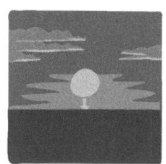

tarde

buổi tối

días hábiles

ngày làm việc

fin de semana

cuối tuần

año

năm

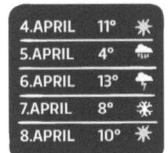

lluvia
mưa
arco iris
cầu vồng
nieve
tuyết
viento
gió
primavera
mùa xuân
otoño
mùa thu
verano
mùa hè
invierno
mùa đông

4.APRIL 11°
5.APRIL 4°
6.APRIL 13°
7.APRIL 8°
8.APRIL 10°

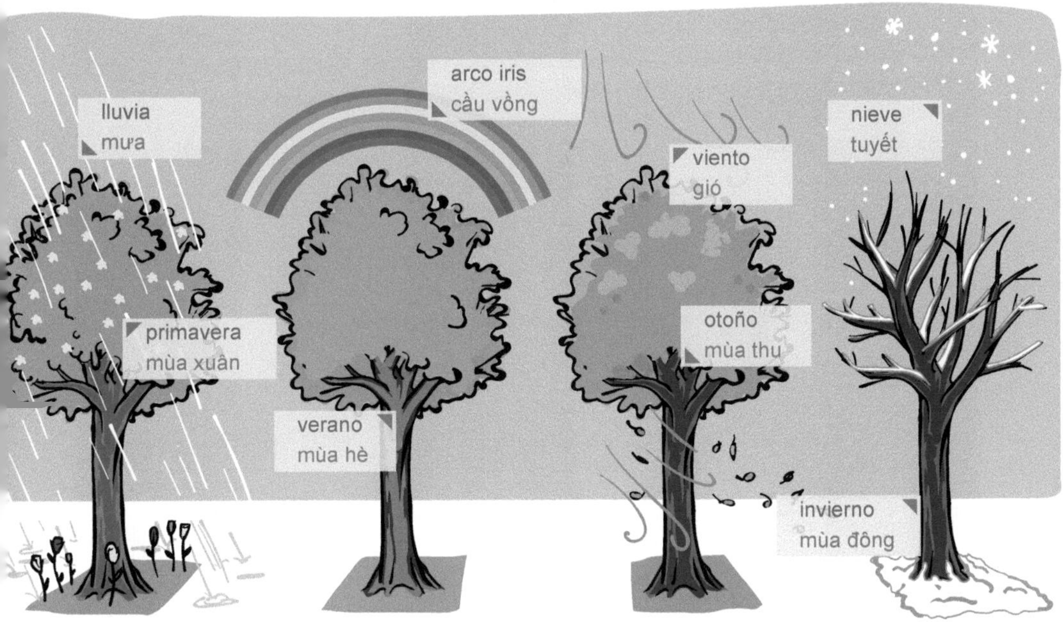

pronóstico meteorológico

dự báo thời tiết

F
C
120
90
60
30
0
-30
40
30
20
10
0
-10
-20

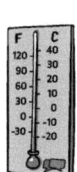

termómetro

nhiệt kế

luz del sol

ánh nắng

nube

mây

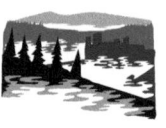

niebla

sương mù

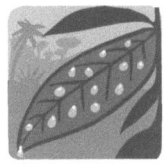

humedad

độ ẩm không khí

rayo

tia chớp

trueno

sấm sét

tormenta

cơn bão

granizo

mưa đá

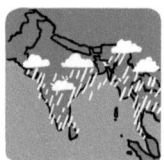

monzón

gió mùa

inundación

lũ lụt

hielo

nước đá

enero

tháng Một

febrero

tháng Hai

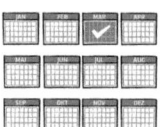

marzo

tháng Ba

abril

tháng Tư

mayo

tháng Năm

junio

tháng Sáu

julio

tháng Bảy

agosto

tháng Tám

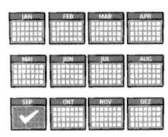

septiembre

tháng Chín

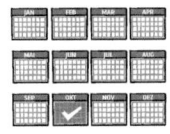

octubre

tháng Mười

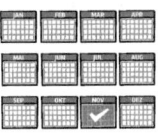

noviembre

tháng Mười Một

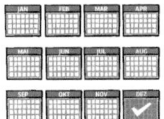

diciembre

tháng Mười Hai

formas
hình dạng

círculo

hình tròn

cuadrado

hình vuông

rectángulo

hình chữ nhật

triángulo

hình tam giác

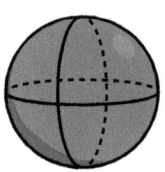

esfera

hình cầu

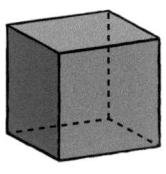

cubo

khối vuông

blanco

màu trắng

amarillo

màu vàng

naranja

màu cam

rosa

màu hồng

rojo

màu đỏ

violeta

màu tím

azul

màu xanh dương

verde

màu xanh lá cây

marrón

màu nâu

gris

màu xám

negro

màu đen

mucho / poco

nhiều / ít

enojado / tranquilo

tức tối / điềm tĩnh

lindo / feo

xinh đẹp / xấu xí

principio / fin

bắt đầu / kết thúc

grande / chico

to / nhỏ

claro / oscuro

sáng / tối

hermano / hermana

nh (em) trai / chị (em) gái

limpio / sucio

sạch / bẩn

completo / incompleto

đủ / thiếu

día / noche

ngày / đêm

muerto / vivo

chết / sống

ancho / angosto

rộng / chật hẹp

comestible / no comestible

ăn được / không ăn được

malo / amable

ác / tử tế

entusiasmado / aburrido

hào hứng / chán nản

gordo / flaco

béo / gầy

primero / último

đầu tiên / cuối cùng

amigo / enemigo

bạn / thù

lleno / vacío

đầy / rỗng

duro / blando

cứng / mềm

pesado / liviano

nặng / nhẹ

hambre / sed

đói / khát

enfermo / sano

bệnh / khỏe mạnh

ilegal / legal

bất hợp pháp / hợp pháp

inteligente / estúpido

thông minh / ngu

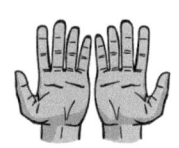

izquierda / derecha

trái / phải

cerca / lejos

gần / xa

nuevo / usado

mới / cũ

nada / algo

không có gì cả / có cái gì đó

viejo / joven

già / trẻ

encendido / apagado

bật / tắc

abierto / cerrado

mở / đóng

silencioso / ruidoso

im lặng / ồn ào

rico / pobre

giàu / nghèo

correcto / incorrecto

đúng / sai

áspero / suave

sần sùi / mịn màng

triste / contento

buồn / vui

corto / largo

ngắn / dài

lento / rápido

chậm / nhanh

mojado / seco

ẩm ướt / khô ráo

caliente / frío

ấm áp / mát mẻ

guerra / paz

chiến tranh / hòa bình

números
con số

0
cero
số không

1
uno
một

2
dos
hai

3
tres
ba

4
cuatro
bốn

5
cinco
năm

6
seis
sáu

7
siete
bảy

8
ocho
tám

9
nueve
chín

10
diez
mười

11
once
mười một

12

doce

mười hai

13

trece

mười ba

14

catorce

mười bốn

15

quince

mười lăm

16

dieciséis

mười sáu

17

diecisiete

mười bảy

18

dieciocho

mười tám

19

diecinueve

mười chín

20

veinte

hai mươi

100

cien

một trăm

1.000

mil

một ngàn

1.000.000

millón

một triệu

idiomas
các ngôn ngữ

inglés

tiếng Anh

inglés americano

tiếng Anh Mỹ

chino mandarín

tiếng Quan Thoại

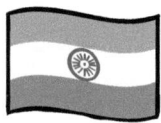

hindi

tiếng Hin-di

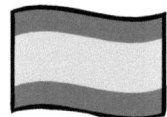

español

tiếng Tây Ban Nha

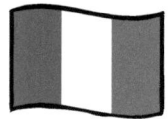

francés

tiếng Pháp

árabe

tiếng Ả-rập

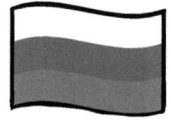

ruso

tiếng Nga

portugués

tiếng Bồ Đào Nha

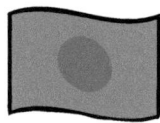

bengalí

tiếng Bengal

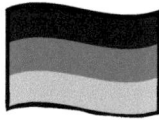

alemán

tiếng Đức

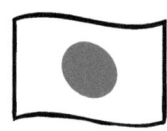

japonés

tiếng Nhật

yo

tôi

vos

bạn

él / ella

anh ta / cô ta / nó

nosotros

chúng tôi

ustedes

các bạn

ellos

họ

¿quién?

ai?

¿qué?

cái gì?

¿cómo?

như thế nào?

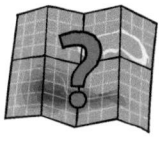

¿dónde?

ở đâu?

¿cuándo?

lúc nào?

nombre

tên

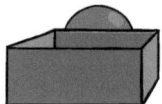

detrás

phía sau

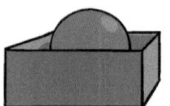

en

ở trong

adelante de

phía trước

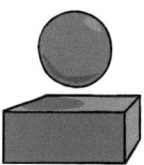

por encima de

phía trên

sobre

ở trên

debajo de

ở dưới

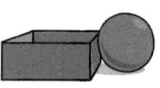

al lado de

bên cạnh

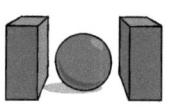

entre

ở giữa

lugar

chỗ